구장의 전설

Sự tích trầu cau

옛날 옛적에 카우(CAO) 영감에게는 두 아들이 있었어요
두 아들은 한 살 차이가 났지만 얼굴과 전체적인 형상이 쌍둥이처럼 똑같이 생겼어요
두 형제는 부모에게 사랑 받으며 사이좋게 자랐어요
그러다 두 형제가 청소년이 되었을 때 부모를 잃게 되었고
죽기 전에 그들의 아버지는 르우(LUU) 교사에게 그들을 맡겼어요

Ngày xưa ở một làng nọ có hai anh em nhà họ Cao hơn nhau một tuổi nhưng giống
nhau như hai anh em sinh đôi vậy. Thuở nhỏ được cha mẹ yêu quý nuôi dạy hai
anh em hòa thuận nên họ rất ngoan và biết chăm sóc lẫn nhau. Khi hai anh em
được 17, 18 tuổi thì cha mẹ qua đờij Trước khi qua đời người cha gửi hai anh em tới
học tại nhà thầy đồ họ Lưu.

두 형제가 착하고 열심히 공부하는 모습을 보니 엄격한 르우(LUU) 스승도
그들을 아끼며 사위 감으로 생각을 하게 됐어요
그런데 르우(LUU) 스승에게는 딸이 하나 밖에 없었고, 두 형제는 너무 닮아서
어떻게 형이라는 사람과 결혼을 시켜 줄 것이냐 고민이었지요
어느 날 스승의 딸은 죽을 딱 한 그릇만 끓여서 두 형제에게 가져다 줬어요
그리고 동생이 형에게 우선 드시라고 하는 행동을 보고 누가 형이고
누가 동생인지를 알게 되었고 그 다음 스승의 딸과 형은 결혼을 했어요

Thấy hai anh em quyến luyến nhau lại học hành chăm chỉ ngoan
ngoãn lễ phép nên thầy Lưu rất quý họ. Thầy Lưu có cô con gái
tuổi đôi tám muốn chọn người anh làm con rể, nhưng anh em
họ rất giống nhau không biết phải làm sao để biết đâu là người
anh đâu là người em. Một hôm cô con gái thầy Lưu nấu một bát
cháo và mời hai anh em họ ăn. Theo đúng đạo nghĩa người em
nhường cho anh ăn trước, nhờ vậy mới biết được đâu là anh
và đâu là em. Khi biết người anh thì cô con gái thầy Lưu
dành tình cảm yêu thương người anh. Ít lâu sau thầy Lưu tổ
chức lễ thành hôn cho người anh và con gái.

그런데 결혼을 하면서부터 두 형제 사이는 점점 멀어지게 됐어요.
동생은 많이 슬펐지만 견디고 있었고 형은 그것을 전혀 모르고 있었어요.

Vì anh em họ luôn gắn bó yêu thương nhau nên dù đã lập gia đình người em vẫn
ở cùng nhà với vợ chồng anh. Tuy nhiên, từ khi lấy vợ tình cảm người anh đối với
em dần dần lạnh nhạt hơn. Cảm thấy thế người em rất buồn nhưng chịu đựng một
mình không nói gì cả. Thời gian thấm thoát qua đi, một hôm hai anh em lên nương
làm việc nhưng người em lại trở về nhà trước anh.

세월이 흐르고 어느 날 두 형제가 밭에 일하러 갔다가 동생이 일찍 집에 왔는데 형수는 남편을 보고 싶은 마음에 도련님을 남편으로 착각하고 서둘러 안아줬어요
둘이 실수하는 사이에 형이 들어왔고 서로 부끄럽고 창피하니 다들 할 말을 잃었어요 그때부터 형제 사이는 더 멀어진 거예요

Vì nhớ chồng và trời sắm tối nên chị dâu đã tưởng người em là chồng mình và ôm nhầm. Người em chưa kịp nói gì thì người anh cũng về đến nhà trước cảnh tượng đó cả ba người đều ngại ngùng nhưng cũng không ai to tiếng mắng giận hay đổ lỗi cho ai. Mặc dù vậy nhưng những ngày sau đó người anh nảy sinh mối nghi ngờ với em mình và tình cảm anh em ngày càng xa cách. Người em thấy vậy rất buồn, rất tủi thân nhưng nghĩ rằng vì mình mà hạnh phúc của vợ chồng anh đổ vỡ thì thật đau lòng.

형은 동생과 아내 사이를 의심하면서
행동과 태도가 점점 차가워졌어요

동생은 더 괴로워하고 자기 때문에
형의 부부관계가 깨지면 안 된다는 생각이 들어서
순수한 마음으로 먼 숲을 향해 떠났어요
그는 끊임없이 걷다가 넓은 강을 보며
더 갈 수 없으니 강변에 앉아서 울었어요
밤새도록 안개를 맞으며 울다 지쳐서
앉아있는 모습그대로 동상이 되었어요

Và thế là người em quyết định bỏ nhà ra đi.
Chàng đi miệt mài mấy ngày đêm mà chưa
biết phải dừng chân ở đâu.

Cuối cùng chàng đi đến một dòng sông rộng nước chảy xiết, đi mấy ngày cũng đã mệt chắc chẳng thể nào qua được sông nên chàng đành ngồi bên bờ sông đó nghĩ về những ngày anh em còn vui vẻ hòa thuận. Nghĩ thế và chàng đã khóc, chàng khóc mãi cho đến đêm khuya, sương xuống ngày một dày hơn, chàng khóc đến khi không còn nước mắt và chàng trở thành cái xác không hồn, chàng đã hoàn thành tảng đá ngồi bên bờ sông đó.

한편 형은 며칠 동안 동생이 안보여서 걱정하다 아내에게 말도 없이 조용히 동생을 찾으러 나갔어요
형도 먼 숲을 향해 열심히 걸어가다가 넓은 강을 눈앞에서 만났어요
형도 더는 못가겠다 하면서 동상에 기대앉았어요
밤새도록 형도 동생을 생각하며 울다 안개를 맞으며 쓰러진 채 죽었어요
그런데 형은 한그루 나무로 환생하였고 이상하게도 곧게 자라서 동상 옆에 있는 거예요

Nói về người anh, mấy hôm không thấy em về nhà nên cảm thấy lo lắng và ân hận vì đã giận em. Không nói với vợ một câu chàng lẳng lặng ra đi tìm em mình. Chàng cũng đi miệt mài mấy ngày đêm và nhìn thấy một con sông rộng trước mắt. Chắc khó có thể vượt qua con sông này nên chàng định ngồi bên bờ sông để nghỉ. Lạ kỳ thay chàng cũng ngồi xuống cạnh tảng đá là em mình, chàng nghĩ về lỗi lầm của mình đã không quan tâm đến em để em phải ra đi và chàng cũng khóc. Chàng khóc mãi...khóc cho tới khi chỉ còn nghe thấy tiếng nước chảy cuồn cuộn dưới sông. Chàng khóc và chết đi hóa thành một cây thân thẳng đứng ngay cạnh tảng đá.

남아있던 아내 또한 남편이 보이지 않자 집에서 나와
정글 속으로 남편의 흔적을 따라 갔지요

Ở nhà người vợ mòn mỏi ngóng tin chồng
mà không thấy chồng đâu.
Nàng lại quyết định đi tìm chồng.
Nàng cũng đi mãi đi mãi,
dù mệt mỏi nhưng không nản lòng,
nàng đi mải miết rồi cũng gặp dòng sông đó.

그녀도 강변에 다 달아 눈앞에 보이는 곧은 나무에 기대앉아 울었어요
밤새도록 울다 몸이 말라 죽어서 넝쿨이 되었어요
넝쿨은 동상과 곧은 나무를 둘러서 감싸게 되었어요

Như số phận sắp đặt vậy, xung quanh không một bóng người hoang vắng, tĩnh
lặng... Nàng nhớ về cuộc sống của ba người, về sự nhầm lẫn của mình, nàng nghĩ vì
mình mà tình cảm của hai anh em họ xa cách và nàng khóc. Nàng ngồi ngay dưới
thân cây thẳng đứng bên cạnh tượng đá khóc nỉ non mà không hay biết đó chính là
chồng và em chồng. Nàng cứ vậy ngồi khóc thâu đêm, khóc đến khi thân thể mình
gầy xác ve và nàng hóa thành một cây dây leo quấn quanh thân cây thẳng đứng ôm
vào tượng đá. Chuyện của ba người họ được người dân trong vùng biết và truyền kể
cho nhiều người.

죽은 두 형제, 부부의 이야기를 마을 사람들이 알게 되어 너무나 안타까워했어요
어느 날에 흥브엉 (HUNG VUONG) 임금이 그 넓은 강을 지나가다가 마을 사람들에게 그 이야기를
들었어요
임금은 수직나무열매를 따서 넝쿨에 있는 나뭇잎과 같이 씹어 먹어보니 약간 맵지만 고소하고
향기도 좋았어요. 씹어서 나온 액체를 동상에 뱉었더니 그 색이 밝은 진홍색인 거에요

세 사람은 죽어서도 감정이 단단히 매어져있는 게 감동적이어서 그 이후로 사람들은 그 이야기를
계속 전달하고 수직나무는 빈랑(CAU)이라고 하고 넝쿨은 구장(TRAU)이라고 부르게 됐어요
그리고 그때부터 베트남사람들은 빈랑을 부부간의 사랑을 상징하게 되었어요

Ít lâu sau vua Hùng Vương đi ngang qua dòng sông này cũng được người dân
trong vùng mang chuyện ba người kể,nhà vua nghe xong vô cùng cảm động . Vua
cho người hái lá của cây dây leo với quả trên cây xuống ăn thử thấy vị ngọt ngọt,
thơm cay sau đó nhổ nước bọt xuống tảng thấy màu đỏ như máu. Thật kỳ lạ,
đúng là tình cảm của ba người thật nồng nàn thắm đỏ, họ chết đi mà vẫn quyến
luyến nhau, người em đã cho mọi người biết được rằng, anh không hề có ý định
chia cắt đi tình vợ chồng của người anh, mà chính anh còn làm cho tình cảm vợ
chồng đó càng trở thêm thắm nồng và hạnh phúc hơn.

Kể từ đó, nhà vua đặt tên cho loài cây mọc thẳng đứng là cau, cây lạ quấn quanh
gọi là trầu, còn tảng đá giúp cho trầu cau ăn vào càng trở nên nồng thắm gọi là
vôi, Cũng kể từ khi đó, nhà vua ban lệnh cho dân chúng khắp nơi phải nhân giống
hai loại cây này trong khắp nhân gian. Vua còn ban luật rằng, bất kể lễ thành hôn
nào của những đôi trai gái bắt buộc phải có trầu, cau và vôi để mọi người cùng
chung vui và thưởng thức hương vị nồng ấm của tình yêu không khi nào phải nhạt
ấy, đồng thời khi đó có dịp nhớ lại câu chuyện cảm động này.

지금까지도 결혼식장, 장례식장, 큰 행사에서는 구장을 먹는 관습이 있고
베트남 사람들은 문화유산으로 구장을 보존하고 있답니다.

Tục này còn lưu truyền mãi tới tận ngày nay khi tất cả các lễ cưới và lễ hội lớn đều
không thể thiếu đi lá trầu, quả cau, nó biểu thị cho sợ mở đầu của một mối giao
tình nồng thắm, keo sơn.

Story of traditional fairy tale
"The legend of betel and areca"

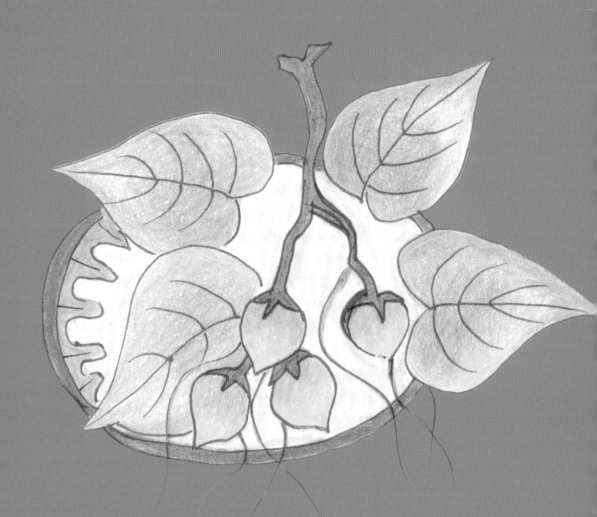

Once upon a time, there was an old man named Cao and he had two sons. The two sons were a year apart but they looked so much alike that others thought they were twins. As the two brothers became teenagers, they lost their parents and were taken care by Luu who became their guardian and mentor.

Because the two brothers were kind and hard working spirits, strict Luu mentor loved them dearly and also thought of them as his future son-in-laws. However, their mentor only had one daughter and because the two brothers were so alike, Luu was torn between the two. One day, Luu's daughter made one dish of porridge and gave it to the two brothers. As the younger brother suggested the older brother to eat first and Luu figured out who was who, he let his daughter marry the older one.

That said, the two brothers grew apart after the older brother's marriage to Luu's daughter.

Time has passed and one day, the younger brother came home earlier than his older brother after their work. As he entered the house, the sister-in-law thought the younger one was her husband. She made a mistake by hugging her brother-in-law. Of all time, her real husband came across this happening and everyone felt embarrassed and were lost for words. The two brothers became more distant. The older brother started to suspect that the two were having an affair and gave both of them cold shoulders. The

younger brother was in agony since he thought that it was all his fault that his brother's marriage was falling apart. With good intentions, the younger brother left to a forest far, far away. He walked endlessly and came across a wide river. Because he could not fathom crossing this large river, he sank to his knees and cried. He cried night and days and collapsed to the ground, exhausted by crying, he became a statue.

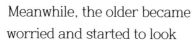

Meanwhile, the older became worried and started to look for his younger brother without telling his wife. He too walked across the far away forest and came across the river. He leaned on the statue as he gave up on crossing the vast river. As he cried relentlessly, thinking of his missing younger brother, the older brother passed away. Nevertheless, the older brother reincarnated into a tree, and grew next to the statue coincidently.

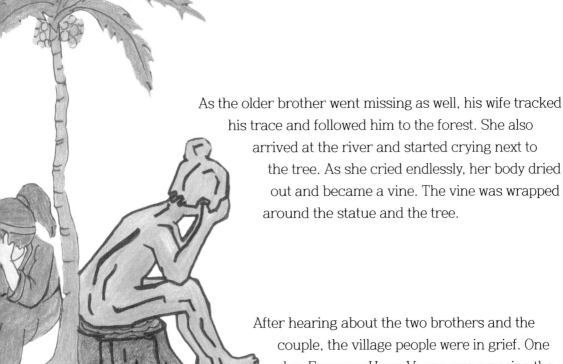

As the older brother went missing as well, his wife tracked his trace and followed him to the forest. She also arrived at the river and started crying next to the tree. As she cried endlessly, her body dried out and became a vine. The vine was wrapped around the statue and the tree.

After hearing about the two brothers and the couple, the village people were in grief. One day, Emperor Hung Vuong was crossing the vast river and heard about the story from the villagers. The Emperor picked up the vertical tree fruit and chewed it with the leaves in the vine. It was a bit spicy but it had a tasty smell to it. When he spat out the bite of the fruit to the statue, its color changed to bright crimson. Even after death, the three people's love were intertwined with each other and many people were impressed by the story. Since then, people have continued to tell the story and the vertical tree is called as the Cau and the vine as the Trau. And since then, the Cau became the symbol for the marriage couple's love in Vietnam.

Until now, it has been a tradition to eat the Trau in large ceremonies such as weddings and funerals, and the Vietnamese people have preserved the Trau as their cultural heritage up to this time.